ஜிக்ஸா துண்டுகளைத் திருடிச் செல்பவர்கள்

கார்த்திகா முகுந்த்

எழுத்து பிரசுரம்

Title: Jigsaw Thundugalai Thirudi Selbavargal
Author's Name: Karthika Mukundh

Published by Ezutthu Prachuram

Ezutthu Prachuram
(An imprint of Zero Degree Publishing)
No.75 & 76, I Floor, Kuppusamy Street,
Balaji Nagar, Padi,
Chennai - 600050

Website: www.zerodegreepublishing.com
E Mail id: zerodegreepublishing@gmail.com
Phone: 89250 61999

Ezutthu Prachuram First Edition : November 2025

ISBN : 978-93-47206-93-1

TITLE NO EP :598

Rs.100/-

Layout: G.Selvakumar
Cover Image courtesy: Ryoji Iwata
Cover Design: Vijayan, Creative Studio
Printed at Rathna Offset, Chennai, India

ஜிக்ஸா துண்டுகளைத் திருடிச் செல்பவர்கள்

'ஓண்ணாப்பு' கார்த்திகாவைக்
கைபிடித்து அழைத்துப் போன
சுந்தரவல்லி டீச்சருக்கு...

‘உலகமே இப்படித்தான்’
விளையாட்டு பாதி உண்மை பாதியாக
மனசு சொல்லும் சில நேரம்

வானத்தை ஒரு பாட்டிலில் போட்டு
இந்தாம்மா என நீட்டுகிறாள்.

பைய ஒரு மிடறு அருந்துகிறேன்
மனசுக்குள் இதமான வெயிலொளி
அவளை அள்ளிக் கட்டிக்கொள்கிறேன்

‘உலகமே இப்படித்தான்’ என
இனியும்கூட எப்போதேனும்
சொல்லாமலா போகும் மனசு

அவ்வமயம் இந்த பாட்டிலைத் திறப்பேன்
அவள் தந்த ஆகாயம் ஒரு துளி சிந்துவேன்

வெளி நிறையும் அப்பொழுது

எத்தனை முறையும் ஆகட்டுமே
‘உலகமே இப்படித்தான்’.
என்னிடம் உள்ளது
கண்ணாடிப் புட்டியில் தளும்பும்
ஒரு மென்னிற ஆகாயம்

ஒரு மிடறு புதிய வான்
ஒரு துளி நீல மசி
ஒவ்வொருவருக்கும்
ஒரு பொருள் பொதிந்த ஏதோவொன்று.

(26.10.2024, இரவு 11.57 PM)

வெளிர்நீலவானின்கீழ் மிதக்கும் தட்டாம்பூச்சிகள்
அவற்றைக் கேட்கிறேன்
'ஏன் என்னை ஏமாற்றப் பார்க்கிறீர்கள்?'

கதிர் மங்கி மறைகிறது
காற்று மெல்ல நிலைக்கிறது
மோனத்தில் திரளும் மேகங்கள்
மழைத் தூறல் தொடங்க
தட்டாம்பூச்சிகள் கேட்கின்றன
'ஏன் உன்னை ஏமாற்றப் பார்க்கிறாய்?'

வெளிர்நீலம் கருமை இரண்டுக்கும் இடையில்
ஏன் எப்போதும்
ஊசலாடிக் கொண்டிருக்கிறது
ஒரேயொரு கேள்வி?

(29.10.2024, 9.02 am)

இளநீலம் கருமை மென்சிவப்பு பொன்மஞ்சள்
விரிந்து பரவும் பல நிறங்கள்
ஒரு நிச்சலன சமுத்திரம்

இளநீலம் கருமை மென்சிவப்பு பொன்மஞ்சள்
கலந்து மயங்கும் பல நிறங்கள்
சதா ஆர்ப்பரிக்கும் ஒரு சமுத்திரம்

இரண்டு சமுத்திரங்களினிடையே
சொற்ப நேரம் அலைபாயும் படகுகள்
சொற்ப நேரம் அலைந்து கலையும் மேகங்கள்
நாம்

(5.11.2024, 8.45 am)

தொட்டில் வேஷ்டி
இருபுறமும் நெரிக்கிறது
எனக்குப் பிடிக்கவில்லை

நடை பழகத் தொடங்கிவிட்டிருந்த கால்கள்தாம்

ஆனால்
மூளைக்குள் ஆடும் தொட்டிலிலிருந்து
எங்ஙனம் நான் இறங்கிச் செல்வது?

(6.11.2024, 10.15 PM)

காலம் கள்ள முத்துக்கள் இடுகிறது
சுற்றிச் சுற்றி வருகிறது
ஆட்டத்தையது தன்போக்கில் வளைப்பது
எப்படியோ எனக்குத் தெரிகிறது

ஆனாலும் சிக்கிக்கொண்டு விட்டேன்
பல்லாங்குழி ஆட்டத்தில்
காலத்துடன் எதிர்ப் பாண்டியாட்டம்

தந்திரம் சூது நைச்சியம்
எல்லாம் ஒருருக்கொண்ட
மிக மோசமான எதிரி அது

ஆட்டத்தைக் கைக்கொள்ளப் பார்த்தால்
குழியில் தள்ளுகிறது

தொக்கக் குழிகளில் தவங்கும்போது
வெல்ல வைக்கிறது

மனசார விடவும்
விட்டு விட்டு எழவும்
முடியா
ஓர் ஆட்டம்
தன் போக்கில் நீட்டிக்கிறது

சீதைப் பாண்டி ஆடுவதற்கு
காலத்தோடு இப்படி முட்டிக்கொள்வது மேல்

முத்துக்கள் நிறைந்து தளும்பிக் கொண்டேயிருக்கிறது
அதன் பெருங்குழி

யார் தடவியெடுக்கும் முத்துக்களானாலும்
காலத்தின் பொக்கிஷக் குழியில்
போய் விழுவதுதான்
இப் பாண்டியாட்டத்தில்
வினோத விதி.

குழிகள் நிறையவும் வற்றவுமாய்த்
தொடர்கிற முடிவில்லா ஆட்டம்.

(14.11.2024, 8.50 am)

மறுநாள்

தினமும் புரட்டும்
என் இரவின் ஆல்பத்தில்
இரண்டு பகுதிகள்

முப்பதாண்டுகள் முன்
கோடை விடுமுறையில் காய்ந்து சருகான
மயில்மாணிக்கக் கொடிகள்
இங்கிலீஷ் தாத்தா பேக்கரியில்
தயாரிப்பு நிறுத்தப்பட்ட
இளமஞ்சள் நிற பிஸ்கெட்டுகள்
கிட்டாமல் போன பிரியங்கள்
கூண்டு திறந்து பறக்கவிட்ட கிளிப்பிள்ளை
இன்ன பிற.

பிறகு
அடைபடும் கதவுகள்
கூட்ட நெரிசல்
படுக்கையின் அருகே நிற்கும் இருளுருவம்
முகத்தின் மேல் இழுபட்ட போர்வை
உறக்கத்தில் அடைபடுவதான ஓவியம்
பிரகாசமான நிறங்களமைந்த தொட்டில் கம்பு
மேலும் சில.

இரவின் ஆல்பம் புரட்டப்படும் முன்
ஒரு குளிகையை விழுங்கினேன் நேற்று

வண்ணங்களால் நிறைந்து தளும்பும்
ஒரு சிறு பறவை போல்

என்னுள் இறங்கிற்று அது
ஒரு தாலாட்டை இசைத்துக்கொண்டு
தேர்ந்த ஒரு பாலே கலைஞர் போல்
சுழன்றுகொண்டே.

என்னைக் கேளாமல்
என் இமைளை மூடி
என்னுடைய நாளை
இழுத்துப் பூட்டிற்று அது.

நானும் ஒரு பாலே கலைஞராகிச் சுழன்றேன்
அப்பறவையின் இனிய குரலைப் பற்றிக்கொண்டு
எங்கோ இறங்கிக் காணாமலானேன்

உறக்கம் என்னை விடுதலை செய்திற்று
உறக்கம் என்னை லகுவாக்கிற்று
மேலும்
சொற்ப சமயம் கொஞ்சம் இறந்திருந்த என்னை
மீண்டும் உயிர்ப்பித்துத் தந்திருக்கிறது

தண்ணீர் விசிறிவிடப்பட்ட கண்ணாடி போல்
ஒரு மாய வசீகரத்துடன்
ஏன் இப்படி மினுங்குகிறது
இந்த அதிகாலை

(28.11.2024, 5.26 am)

மழையான மழை
இன்னும் படரத் தொடங்கா
ஏழெட்டு நீலச் சங்குப்பூத் துளிர்கள்
என் செய்யும்?
இரவெல்லாம் அவை
என் உறங்காக் கனவுகளில் அலைபாய்ந்தன.

மழை வெறித்த விடியலில் இப்போது
மென்காற்றில் ஒசிகின்றன பசுந்துளிர்கள்
இரண்டு தொட்டிகளிலும்
ஒவ்வொரு இலைதான் உதிர்ந்திருந்தது
உதிர்ந்த இலைகளின் மீதுதான்
நுணுகிப் படர்ந்திருக்கின்றன
எடையற்ற பளிங்குத்துளிகள்

மழையைத் தவிரவும் ஏதோ நிகழ்ந்திருக்கிறது
உறங்காமல் உறங்கிய ஓரிரவில்.

இளங்கொடிகள் அரும்புவிடும் நாளில்
நீல மொக்குகளுக்கு
இக்கதையைச் சொல்லக் காத்திருக்கிறேன் நான்.

(1.12.2024, 8.38 pm)

சமையற் கலைஞர்

எனக்கு அவரை மிகவும் பிடிக்கும்
இறந்துபோன ஜாக் ஸான்ஃப்ரில்லோ

என் நினைவுகளில் ஒரு மரமாகிறார்
அவர் நிழலில் அமர்ந்து
இரங்கற்பா ஒன்று எழுதிப் பார்த்தேன்
மரத்தின் சல்லிவேருக்கும்
அது உறைபோடக் காணாது

எழுதிய பாடலை வெட்டி
அங்கேயே புதைத்துவிட்டேன்

இதமான புன்னகையுடன் குனிந்து
கனிகளைப் பொழிந்தார்
ஒரு சித்திரத்தில் அதைத் தீட்டப் பார்த்தேன்
அவர் கைபாகத்தை
என்னால் வண்ணம் குழைக்க முடியவில்லை

பாடலைப் புதைத்த கைகளை
ஓவியத் திரையில் துடைத்துக்கொண்டேன்

நேற்றென் கனவில் வந்தவர்
தம் வேர்களைக் கொண்டு மணமூட்டி
அக்கனிகளை ஜாம் செய்யக் கற்றுத் தந்தார்

இப்படியொருவரை
கவிதையில் வைக்கவோ
ஓவியம் தீட்டவோ
என்னால் இயலாது
கூடாது.

இந்த வரிகளைச்
சமைத்து உண்ணப் போகிறேன் இப்போது.

(10.12.2024, 4.10 am)
(ஜாக் ஸான்ஃப்ரில்லோவுக்கு...)

பூச்சிப் பிள்ளைகள்

வெகுகாலம் நிசப்தம் தழுவிய இருள்தான்
திடீரென
மீண்டும் சிள்வண்டுகள் ஒலிக்கும்
ஒரு இரவை வந்தடைந்தேன்
என் வீடு வீடாகிவிட்டது அப்போது

எல்லாம் நிறைந்த ஒரு வீடு

என் சிறகணைவில்
எல்லாமும்தான் வேண்டும் என்றிருந்த
தாய்க்கோழி நான்

என் குஞ்சுகளெல்லாம்
இப்போது பஞ்சாரம் வந்தடைந்துவிட்டன.

மின்மினிப் பூச்சிகள் ஒளியேற்றும்
இவ்விருளில்
இவ்விரவில்
எனதிந்தச் சிறிய நிறைவை
சிள்வண்டுகள் பாடி இசைக்கின்றன

(11.12.'24 , 11.43 pm)

மனசின் இருண்ட ஆயிரங்கால் மண்டபம்
கற்றூண் கணுக்கள்
சதா சேல் பூத்தொளிர
மத்தியில் ஒரு நந்தாவிளக்கு

மனச் சுவர்களின்
அத்தனைத் திசைகளிலும்
மறைந்து நடமிடும் சிற்றொளி
அபூர்வ நிழலோவியங்கள்
இருளின் மெல்லிய பண்

எல்லாம் மயங்கிக் கலக்கும்
மாயவெளி

எதன் இருப்பையும் எழிலையும்
தாமறியாமல்
ஒன்றையொன்று நிறைத்துக்கொள்கின்றன
சில நிழல்களும்
இச்சிறு அகலும்.

(30.12.2024, 3.03 am)

சுற்றுலாவின் கடைசி நாள்
கட்டி வைக்கப்பட்ட பயணப் பெட்டிகளும்
இரவு விளக்கும்
ஒன்றையொன்று வெறிக்கும் போட்டி.

மின்னும் பட்டாகக் குழைகிறது இருள்
அலையெறியும் ஞாபக நறுமணங்கள்
சுகமான உறக்கம்.
உப்புக் காற்றின் நறநறப்பு

சுழன்று ஓய்ந்த புயற்காற்றின் வடிவு கொண்டு
மிக அமைதியாக மிக நிதானமாக
இறங்கி நிற்கிறது
இரவு.

சில்லெனத் தெறிக்கும் மழைத்துளி
பிஞ்சு விரல்போல் நடித்து முத்தமிடுகிறது.
நானா ஏமாறுவேன்?

இது இரவின் மயக்கமன்று
விடை தரும் ஊர்
கடற்கரையரங்கில் நிகழ்த்தும்
ஓரங்க நாடகம்.

(31.12.2024, 4.34 am)

ஆள்வாசம் மெல்லக் காலியாகி
வெயில் மட்டும் அலையும் சிற்றூர்

தெருவோர நிழலூடே
அர்த்தமற்ற நடை

ஓடைத் திண்டில் காலோய அமர்ந்தேன்

தரையில் நிழல்பாவா
செவலை நாய்க்குட்டியொன்று
புதிதாக இத்தெருவை அளந்து தீர்க்கிறது

எங்கிருந்து வந்து
என் வெறுங்கையில்
என்ன கண்டு
அன்பை நக்கித் திளைக்கிறது

காகங்கள் வெயிலை இசைக்கத் தொடங்கிவிட்டன
வீதி நிழல் சுருங்குகிறது
கானலில் தொலைகிறது நாய்க்குட்டி

வீடு திரும்பிவிட்டேன்
தலைவாசல் சாவியைப் பற்றுகையில்
முகம் கழுவுகையில்
உணவை ஏந்துகையில்
ஏது செய்கையிலும்
பார்வைக்குத் தப்பிய ஏதோவொன்று
என் உள்ளங்கையில் மென்மையாக இடறிக் கொண்டேயிருக்கிறது

இவ்வுலகுக்கும் எனக்கும் ஏதோவொன்றுக்கும் இடையில்
சுழன்று சுழன்று உருவாகிறது
பட்டு ரோமங்களினால் ஒரு பாதை.

(1.1.2025, 8.30 PM)

குறுகிய முடுக்குப் பாதைகள்தான்
முதலில் எனக்குப் பிடிக்காமலிருந்தன

பையப் பைய
கூட்ட நெரிசல்
அடைக்கப்பட்ட சிறிய அறைகள்
பிடிக்காமல் போயின

பிறகு
நிலவறைத் தளங்கள்
போக்குவரத்து நெரிசல்கள்
பதற்றமேற்படுத்தத் தொடங்கின

இப்போதெல்லாம்
ஹூட் வைத்த உடைகள்
குளிர்த் தொப்பிகள் அணிகையில்
கூந்தலை இறுக்கிக் கட்டுகையில்
நீருக்குள் அமிழ்கிறேன்
மூச்சு திணறுகிறது

தொப்பிகள் வேண்டாம்
ஸ்வெட்டர்கள் வேண்டாம் இனி
குளிர் எலும்பைத் துளைக்கட்டும்

எப்போதேனும் வெயில்
ஒரு மான் போல அலங்கிக்கொண்டு வரும்
இப்புல்வெளியில்
கைகளை விரித்துக்கொண்டு கிடக்கவேண்டும்

திறந்து கிடக்கும் வானைத் தவிர
அருமருந்து வேறில்லை
கூட்டுக்குள் கிடந்து குழம்பும்
ஒரு உயிருக்கு
ஒரு பறவைக்கு.

(8.1.2025, 9.39 am)

ஒரு புத்தம்குழந்தைக்கு ஆடைட பின்னுகிறேன்
அவளுக்கும் என் பெயர்தான்
அவளுக்குத்தான் ஆடை பின்னுகிறேன்
ஒருவேளை
முந்தாநாள் பிறந்த
எனக்கே நான் ஆடை பின்னுகிறேன்

ஒரு குட்டியருவி
மெதுமெதுவாகப் பெருகிற்று
பாயும் வெள்ளத்தினிடை
நீலோத்பலங்களை மிதக்கவிட்டேன்

வெள்ளுடையின் கரையில் நீலம் சேர்க்கவா வேண்டாமா?
என் வாழ்வில் செய்த
மிகப் பெரிய
மிகக் கடின முடிவுகளுள்
அஃதொன்று

கரையிடாத குளிர்நதி
ஒயிலாகத் தவழ்ந்தது
பொன்னோ பூவோ போல்
மென்மையாக மடித்து வைத்தேன்.

**

கரைகள் பற்றிய முடிவை
பாடலாகப் பாடிச் செல்லும்
ஒரு கடந்தகால நதியை அடைந்தேன்

ஜனித்த நாள் முதல் நேற்று வரை போன வெள்ளம்
இங்கே மீண்டும் மீண்டும் பெருகுகிறது
சுற்றிக் களைத்து

தன் சுவடொற்றித் திரும்பிய நாயொன்று
இக்கரையில் வந்து சேர்கிறது
வீடு சேர்ந்த ஆசுவாசம்
இரைப்பு தீரத் தீர
தண்நதியைக் கண்ணிலள்ளிப் பருகுகிறது

சிறு நதியே சிறு நதியே
போன வழி திரும்பிவரும்
உன் புதிய பழைய பாடலை
இனி
அதற்கும் கொஞ்சம் இசைப்பாயா?!

(22.1.2025, 8.30 am)

என் பால்கனியில் வந்து
அவ்வப்போது தொங்கும்
காலில்லாமல் ஆடும் பிசாசுகள்

பிசாசுகள் மீதெனக்கு
அப்படியொன்றும் வெறுப்பில்லை
அவை பாட்டுக்கு அமைதியாகக் கிடக்கும்

சங்கடமாயிருந்தது முதலில்
எங்கும் ஏறியிருக்கத் தோதற்ற பொழுதுகளில்
இங்கின்றி எங்கு செல்வோம்
தோள்களைக் குறுக்கி
கைகளைத் தொங்கவிட்டு
நிராதரவாய் அவை கேட்ட நாளில்
நிறைவேறிற்று ஒரு பரஸ்பர உடன்படிக்கை
'எங்களெங்கள் எல்லைகளில்
இன்னொருவர் புகுவதில்லை'.

ஏனோ இன்றென்
வெளிச்சத்தையெல்லாம் தின்று செரித்து
மேகங்களைக் குடித்துத் தீர்த்து
களிக்கூத்தாடுகின்றன பிசாசுகள்
சடசட படபட சடசட படபட

என் வெய்யிலின் ஜொலிப்பு
என் சாரலின் குளிர்
என் காற்றின் துள்ளல்
எல்லாம் தின்ற இதழ்க்கடையில்
வானின் நீலம் வழிகிறது.

பிசாசுகள்
உலைவின் மௌன சாட்சிகள்
ஒவ்வொன்றாகத் தேற்றி
அவற்றை மடித்துக் கிடத்துகிறேன்

மிஞ்சியிருக்கும் என் ஒரு துண்டு வானையேனும்
நான் தின்னவேண்டும்
பிறகு
நானே என் பிசாசாகி
இந்த நிலா முற்றத்தில் ஆடுவேன்.

(24.1.'25, 8.00 am)

சட்டெனக் காற்று தாழ்த்திய
செண்பகக் கிளையினின்று
தோளில் விழுந்தது ஒரு பொன்மொக்கு
அத்தை என்று செவியில் ஒலித்தது

பேசும் மொக்கா...
கிளை நோக்கி முகமுயர்த்தினேன்
அனிச்சையாக

வானில் விரைந்த
கரிக்குருவியொன்று குனிந்து
அத்தை எனக் கூவிற்று

வீடுகளின் ஜன்னல் கம்பிகள்
என்னை அத்தை என்றன

சாலையோரப் பொன்னரளிகள்
அத்தை அத்தை எனத் தூவின

திடீரென ஏது நான்
உலகுக்கே அத்தையாகி விட்டேன்

இன்று ஒரு சாதாரண நாள்தான்
இருபத்துமூன்று டிகிரி செல்சியஸ்
நகரப் போக்குவரத்து நெரிசல்
ஓயாத இரைச்சல்
வழமையான ஒரு நாளே

மற்றபடி
ஐந்து கிரகங்கள் இன்று
பூமியின் காட்சிக்கோணத்தில் வந்து கொண்டிருந்தன

விண்ணியக்க ஒழுங்கின்
எந்தப் புள்ளியில் நான் குறுக்கிட்டு விட்டேன்
பிரபஞ்சம் முழுமைக்கும் அத்தையாகிட

கிரகங்கள் தோன்றும் புள்ளிகளை
கற்பனையாக இணைத்து
காற்றில் வரையப் பார்த்தேன்

உயரே உயரே
வெகு தொலைவில் மினுங்கும்
தாரகைகளில் ஒரு துணுக்கு
என்னைப் பார்த்துச்
செல்லமாகச் சிரிக்கிறது
'அத்தை'.

(25.1.'25, 8.23 PM)

பழைய கால இரவுகளின் மழைக்கு
சிம்னி விளக்குகளின் நிறம்

புகைபடிந்த அக்கண்ணாடி
மூளையின் இடுக்குகளில்
இன்னும் மினுங்கிக்கொண்டுள்ளது

குடுங்கிய ஆடி காக்கும் தகட்டுக்கு
சிற்பங்களின் எழில்

சிம்னிவிளக்கின்
மிக நுட்பமான
அத்தகடுத் திருகாணியை
இறக்குகிறேன்
உயர்த்துகிறேன்
மீண்டும் மீண்டும்.

மங்கி உயரும் பொன்னொளி
மழையின் சலசலப்பு

வாழ்வைத் தின்கிறது
ஞாபகங்களின் பித்து

ஏதோவோர் விடியாத் தொல்லிரவில்
அடைத்துப் பெய்யும் மழை
ஒரு பிடாரனைப் போல் எதை வாசிக்கிறது
சுழற்றிச் சுழற்றி.
கரம் தொட்டு மனம் தொட்டு
உயிர் தொட்டு உருக்குகிறது அது

முற்பிறப்பின் வாசனை மெலிதாக வீசும்
அப்படியோர் பழங்காலம்
இத்தனைக் காற்றில்
இத்தனை ஈரத்தில் இங்கு நின்று
இந்தச் சிம்னி விளக்கு
இன்னும் எவ்விதம்
இத்தனை அற்புதமாகச் சிரித்துக் கொண்டிருக்கிறது

(28.1.'25, 5.42 am)

நீலத்தில் நிறையலாம்

விரிந்து கிடக்கும் இந்த நீலம்
எங்கிருந்து வருகிறது?
எனக்குத் தெரியும்தான்
இருந்தாலும் கேட்கிறேன்
இது எங்கிருந்து வருகிறது
சுருக்கங்களேயற்ற தீர்க்கமான இந்நீலம்.

பிறகு
மூடிய இமைகளுக்குள்
பல நிறங்களில் விரிகின்றன
மின்னல் கோடுகள்
பூப்பூவாக
நெளிக் கோலங்களாக
இவை எங்கிருந்து வருகின்றன?

வாலைக் குழைத்துக்கொண்டு
நீ எங்கிருந்து வந்தாய், சொல், பிங்க்கி?

அந்நீலத்தின் முதற்கணம்
அந்நீலத்தின் முதற்புள்ளி
அங்கிருந்துதான் எல்லாம்.

இதை நான் சொன்னால் என்ன
இது நம் எல்லாருக்குமான நீலமில்லையா
நீயே சொல், பிங்க்கிக் குட்டி?

(31.1.2025, 9.20 am)

'ஒருபோதும் என்னால்
விட்டுச் செல்ல இயலாத
சிறிய பொருள்களே
சின்னஞ் சிறிய பொருள்களே'

வெறுமனே இந்த வரியை வாசித்துக்கொண்டிருந்தபோது
சட்டென்று புதைப்பிலடித்தது

ஞாபகங்களின் நிமித்தமா?
என்னை எது நினைக்கப் போகிறது
இக்கணத்தில்
நான்தான் எதனை நினைப்பது?
சின்னஞ் சிறிய பொருள்களின்
சுழலுக்குள் சிக்கிக்கொண்டுவிட்டேன்

என் சிறிய பொருட்களை
சின்னஞ் சிறிய பொருட்களைக்
கணக்கிட்டுக் கொண்டு
சுழலுக்கு மேலே பறந்தது
ஒரு குருவி

மனத்தின் குருதி பருகிக்
களிகூர்வதில்
கவிதைகள் இணையற்றவை

வெண்ணிறப் பக்கங்களில்
சாதுவான ஒரு கருங்குருவியாக
படுத்துக் கிடந்தது அக்கவிதை

குருதிக் கறை படிந்த அலகோடு
திடீரென எழுந்து அது
எங்கும் பறந்துவிடாது

ஒருவேளை பறந்தாலும்
நான் கேளாமல்
என் மனத்தின் மனத்தை
தானாக ஒரு பாடலாகப் பாடக் கூடுமோ
இக்கருங்குருவி.

(13.2.'25, 3.33 PM)
(ஷங்கர்ராமசுப்ரமணியனுக்கு...)

உறக்கம் ஊர்சுற்றப் போய்விட்ட இரவு
மூடிய இமைகளின் மேல்
மனத்தின் இதழ்கள்
ஒவ்வொன்றாக உதிர்கின்றன
அப்படியே கிடக்கிறேன்

அலை தளும்பி
அலை தளும்பி
மெல்லச் சரிகிறது
உறக்கத்துக்கும் விழிப்புக்கும்
இடையிலொரு கரை

இருளின் பூரண அமைதியின்
இசைத்தட்டு சுழல்கிறது

சாம்பற்குருவியொன்று
தன் இளங்குரலால்
இருட்டைக் கொளுத்தும்வரை...
‘சிக் சிப் சிக்’.

எங்கோவோர் மூலையில்
ஒரு கங்கு கனிகிறது

(15.2.2025, 5.50 am)

பனிக்காலம் முடிவுற்றது
இப்போதெல்லாம்
காற்றின் வழியில் குளிர் கிடப்பதில்லை
இந்த மரமோ
என்றுமே நடுங்கியதில்லை

இதன் அடியில்
செத்தைகளைக் குவித்துத்
தீ மூட்டி
அண்ணாந்து பார்க்கிறார்கள்

உச்சாணிக் கிளைத் தேன்கூடு நடுங்குவது
காற்றினாலன்று

தேனீக்கள் ரீங்கரிக்கும் மெல்லிய கீதம்
அவர்கட்கு ஏன் கேட்கவில்லை

கொடுக்குகளினும் கூர்ந்த ஒரு பாடல்
கூனிக் குறுகுகிறேன்
குறுகிக் குறுகி
ஆறு கால்களும் நான்கு சிறகுகளுமாகிறேன்
ங்ய்ங்ங்...

ச்ருதியழிந்தபின்
உயிர்க் கோளின் கீதம் எது

(8.3.2025, 12.19 am)

நான் வெயிலைப் பின்தொடர்ந்து
வெளியில் இறங்கிவிடக்கூடாதென
அம்மா என்னை
திண்ணைத் தூணில் கட்டிப் போடுவாள்

அவளுக்குத் தெரியாது
பூமி சூரியனைச் சுற்றுவது
நான் வெயில் காணத்தானென்று

பனந்தூர்த் தூணை நானும்
சுற்றிச் சுற்றி வருவேன்
மணிக்கயிறு இறுக இறுக.

சொல்லப் போனால்
நாமெல்லாருமே இவ்விதமாய்
சூரியக் குடும்பம்தானே.

(9.3.2025, 12.17 am)

வண்டி பச்சைக்குக் காத்திருக்க
வாகனங்களுக்கிடையில்
சட்டென்று இறங்கிவிட்டாள்

அவள் நினைவுகளின் வீதியொன்று
அபூர்வ வெளிச்சத்தில் பளபளக்கிறது
ஆளரவமின்றி

குளத்தில் ஒரு மலர் சுழல்வது போல்
தன்போக்கில் நடக்கத் தொடங்குகிறாள்
தட்டாமாலை சுற்றிக்கொண்டு
இயல்பாக.

சிக்னலில் மாறும் நிறங்கள் பற்றி
அவளுக்கென்ன கவலை
எல்லா நிறங்களும் ஒன்றாகிடக்
கரைந்தொழுகும் மாய ஒளி

தீரவே தீராத அவ்வீதியில் நடக்கிறாள்
ஆசையாசையாசையாய்.

(9.3.2025, 12.27 am)

ய்ங்ஞ்...

பருவ காலங்களின் வாயில்கள்
கலந்து குழம்பும்
புதிர் அறையாகி நிற்கிறது பூமி

வண்டுகளின் பாடல்
மலரிதழ்களில் ததும்பி வழியாத வரை
வசந்தம் வரவில்லையென்றே கொள்ளவேண்டும்

மானுட ஜீவிதத்தின்
நெடுவழியில் திறக்கும்
பெருங்கதவின் திறவுகோல்
அப்பாடலில் ஒளிந்துள்ளது.

(10.03.2025, 5.57 pm)

இரவெல்லாம் காய்ச்சலில் கனிந்த முகம்
புதிதாய்ப் பிறந்த சிசுவினது போல்
கருஞ்சிவப்பாயுள்ளது விடியலில்

மருத்துவருக்குக் காத்திருக்கும்போது
காலி நாற்காலிகளை எண்ணுகிறேன்
நோயாளிகளை எண்ணுவது எளிதாயிருந்திருக்கும்
எனதைத் தவிர
எல்லாமே காலி நாற்காலிகள்

முதிய மருத்துவர்
மிக நிதானமாக அறைக்குள் வந்து அமர்கிறார்

எப்படியிருக்கிறது என்கிறார்
உங்கள் ஜன்னலுக்கு வெளியே
காகம் கரையும் வெயில் நன்றாயிருக்கிறது

திடுக்கிட்டவர் மீண்டும் கேட்கிறார்
'உங்களைப் பற்றி?'
நான் பொறுப்பில்லாதவள்
இன்று முற்றத்துச் செடிகளுக்கு
தண்ணீர் பாய்ச்ச மறந்துவிட்டேன்.

மௌனமாய்த் தொடரும் பரிசோதனை
கருவிகள் புழங்குகின்றன
பெயர் வயது கேட்கிறார்.
மருந்துகள் எழுதுகிறார்.

சீட்டைக் கையளிக்கையில்
நிமிர்ந்து பார்க்கிறார்
இன்னும் சில நாட்களுக்கு
எதையுமே சூடாகவே அருந்தவேண்டும்
இருமுறை அழுத்திச் சொல்லும்போது
மருத்துவர் சிறுகணம் ஒரு தந்தையாகிறார்.

வெளியேறும்போது
இளங்காற்று மருந்துச் சீட்டைக் கிளர்த்துகிறது
Rxஇன் கீழ்வராத ஏதோவொன்று
அதனுள்ளிருந்து படபடக்கிறது.

(12.3.2025, 2.42 am)

ஊஞ்சலில் ஆடிக்கொண்டேயிருக்கிறேன்
இறங்கிவிட எண்ணுகிறேன்
ஆனால் வீசி வீசி ஆடுகிறேன்

நான் இறங்கிவிடத்தான் எண்ணுகிறேன்
இந்த ஊஞ்சல்தான்
என்னைப் பிடித்து வைத்திருக்கிறது

மண்டவெல்லமொன்றை
தன்னந்தனியாக
புற்றுக்கு உருட்டிப் போகும்
ஓரெறும்பு நான்.

ஊஞ்சலாடிக் கொண்டேயிருப்பதைத் தவிர
வேறு வழியில்லை எனக்கு.

(20.1.2025, 2.30 pm)

மூளை நரம்பணுக்களில்
அங்குமிங்குமாய்த் தோன்றி மறையும்
மின்மினிப் பூச்சிகள்

ஒன்றுக்கொன்று சிறகுகளைப் பற்றிக்கொண்டு
ரயில் விளையாட்டு பல சமயம்

ஒரு கடற்பறவைக்கு வானம்
ஒரு பிடிவாதக் கிழவனுக்குக் கடல்
எனக்கு இம்மனம்

மின்மினி ரயில் விளையாட்டில்
கடைசி மின்மினி நான்
மூளையிருளின் வெகு தொலைவில்
சிவப்புப் புள்ளி மறைகையில்
குதூகலமாக ஆடிச் செல்லும்
அந்தக் கடைசி மின்மினி நான்.

(20.1.2025, 2.38 pm)

ஒரு கடைசி வரி தோன்றிவிட்டது
மனத்தில் வேரில்
அதை வைத்துக்கொண்டு என்ன செய்ய...
தெரியவில்லை.

நதிக்கரையில் நிற்கும்
ஒரு எளிய மரம் நான்
என் சொற்களெல்லாம்
சட்டென
இலைகளுக்குள் பூட்டிக் கொண்டுவிட்டன

அந்தக் கடைசி வரி
பட்சிக்கூட்டிலிருக்கும் ஒரு சிறு முட்டையாகிறது
சுற்றிலும்
ஆயிரம் பதினாயிரம் இலைகளின்
அபூர்வ மௌனம்

ஆற்றின் சிற்றலைகளில் சலசல
நிழலோடு கலங்கும்
அவை
நதியின் சொற்களா
மரத்தின் சொற்களா
மனத்தின் சொற்களா.

(16.4.2025, 8.36 am)

இருள் கரைந்துகொண்டிருக்கும்
மென்புலரொளி வான்
குளிரின் நிசப்தம்
சிறு பறவைக் கூட்டமொன்று
ஏதோ நிர்ணயத்துடன்
தாழப் பறக்கிறது

இந்நாள் திறக்கிறது
முகமற்றதொரு நம்பிக்கையில்
ஒரு பறவைக் குஞ்சு போல்
தன்னைக் கையிலேந்தச் சொல்கிறது

நல்நிமித்தங்கள் தரும் நிறைவு இணையற்றது

அந்நம்பிக்கையின் மிளிர்வில்
இணையற்ற நிறைவில்
செய்தித் தாளைப் பிரிக்கிறேன்
நம் மானுட விசித்திரத்தின் போக்குகள்
நல்வழிகளில் திரும்பியிருக்குமோ இன்று

முதல் பக்கத்தில்
ஒரு கடவுள் மரித்த நாளென்று
ஒரு நாடு போர் நிறுத்தம் அறிவித்திருக்கிறது
ஓரேயொரு நாள் மட்டும்.

எனக்கு விளங்கவில்லை.
என்ன மாதிரியான ஒரு நம்பிக்கையை
இவ்வுலகில் நான் மேற்கொள்ள வேண்டுமென்கிறாய்,
பறவைக் கூட்டமே...
அதை விண்ணில் அழைத்த புலரியே..?

(21.04.2025, 2.47 PM)

பிங்க்கி இன்றென் கனவில் வந்தது
நாங்கள் பெயரிட்டழைக்கும்
தெருவோர நாய் அது

என் முகத்தை முகர்ந்து ப்ரியம் சொல்லியது
என் மடியில் புரண்டு கொஞ்சக் கேட்டது
எப்போதுமான அதன் நாசியீரம்
என் கைகளில்
எப்போதும் போல உலர்ந்திருந்த
அதன் ரோமங்கள்.
நனவே போலான ஒரு கனவு.

கனவுப் பிங்க்கியைத் தொட்டுத் தடவுகிறேன்
மனசுள் மெல்லிய நடுக்கம்.

என் முட்டிக்கால் சதையில் ஒரு குறுகுறுப்பு
பால்யத்தில் என்றோ பட்ட கடியின்
பற்தழும்புகள்

சில தழும்புகள்
சில ப்ரியங்களைவிட ஆழமானவை

சில ப்ரியங்கள்
சில தழும்புகளைவிடக் கூர்ந்தவை

(26.04.2025, 3.09 am)

ஜிக்ஸா துண்டுகளைத் திருடிச் செல்பவர்கள்

நாமறியாமல் நம்மை
எங்கோ யாரோ
என்றோ நேசித்திருக்கிறார்கள்

நம்மைப் பற்றி இன்னும்
ரகசியமாக எண்ணுகிறார்கள்
அன்பு செய்கிறார்கள்
கண்ணீர் துளிக்கிறார்கள்

நமக்குத் தெரியாமல்
நம் புகைப்படமொன்றைப்
பாதுகாத்து வைத்துப் பார்த்துக் கொள்கிறார்கள்

நாமறியாமல்
நம் வாழ்வின் சிறு பகுதிகளைத்
திருடிச் சென்றிருக்கிறார்கள்

என்றோ நமக்கது தெரியவருகிறது
நடுக்கிக் கொண்டு அச்சம் சூழ்கிறது

சில துண்டுகள் விடுபட்டுப் போன
ஜிக்ஸா புதிராகக்
கலைந்து விடுகிறது
அதுவரை நாம்
கவனமாக அடுக்கி வந்திருந்த ஒரு வாழ்வு.

(27.04.2025, 10.47 PM)
முகுந்துக்கு...

மேலிருந்து இறங்கும்
ஒரு மெலிந்த நீர்க் குழாய்க்குள்
நாய்க்குட்டி ஒன்று ஓடிக் கொண்டிருக்கிறது

அதனருகில் சாய்ந்து செவி கொடுத்தால்
எப்போதும் தவ்க் தவ்க் சத்தம்

அதற்கு தண்ணீரே தவிக்காது என
ஏனோ எண்ணமிடுகிறேன்
மூளை தன்னையே தின்பது இவ்விதம்தான்

தலைக்குள் ஆயிரம் பென்குயின்கள்
மையத்தில் கூடி
சதா என்னதான் பேசுகின்றன?
மூளை தன்னையே தின்பது இவ்விதம்தான்

தனியே அமர்ந்து நீரோட்டம் வெறிக்கையில்
யோசித்துக் கொண்டிருப்பேன்
'நான் ஏன் இப்படி இருக்கிறேன்?'
மூளை தன்னையே தின்பது இவ்விதம்தான்.

தன்னையே பறண்டிச் சோரும் எண்ணங்கள்.
தப்பி வந்து
இம்மாங்கொம்பின் கீழே ஊஞ்சலாடுகையில் மட்டும்
எதனாலோ இக்குளிர்ச்சி
எதனாலோ இந்நிறைவு.

இரையெடுத்து முடித்த வானம்பாடியொன்று
அமைதியாக தீர்மானமாக மிதக்கிறது இப்போது
பெரிய வானின் கீழே.

(26.4.2025, 4.41 am)

நார்னியா வாசித்துக் கொண்டிருப்பவளை
உலகம் ரம்மியாட அழைக்கிறது
இரண்டும் ஒன்றுதான் என வாதிடுகிறது

ஆட்டத்தில் சேராதவளிடம்
பகடை உருட்டாமல்
உன் போக்கில் போவாயாக, நல்லுலகே!

(28.4.2025, 9.07 pm)

விடியலின் கருக்கல்
மழையின் ஒளி
இரு நிறமும் ஒரு சாயை

மழையின் ஒளி
பண்டிகையைக் கொண்டு வரும்
சில வேளை
பெற்றோர்களின் சண்டையை.

விடியற் கருக்கல் இன்று
மழையின் ஒளியைப் புனைந்து வந்திருக்கிறது
மென்பதற்றத்தில் மனசு இருள்கிறது

இருளுள்ளிருந்து
மெல்ல அலகு விரிக்கும்
ஒரு செம்போத்து
அனு ஸ்வரத்தில் நிலைக்கிறது
'க்ம்... க்ம்... க்ம்...'
'மருளாதே... இது பண்டிகையின் ஒளிதான்!'
என்றா இசைக்கிறது அப்பாடல்?!

(4.5.2025, 6.25 am)

இலையுதிர்காலம்
இறகுப் பந்துகளாக உதிர்த்து நிற்கிற
எங்கள் பொன்னரளி மரம்

அவளுக்கு இஃதொரு வேடிக்கை
ஆடிக் களித்தபின்
சோம்பல் முறித்துக்கொண்டு
எதிர்வரும் விளையாட்டுக் காலம்
எப்போதெனக் காத்து நிற்பாள்
பசிய ஜடைமுடிகள் திரிந்தடர

கலைக்கப் பார்த்து அணில்கள் தோற்கும்
நீண்டதொரு மோன நிலை

மஞ்சளும் பச்சையுமாய்
மின்னி மிளிர
இளவேனில் மீளும் வரை
அவள் ஒரு தபஸ்வினி

பிறகு
வேனில் வரும் அப்போது
விளையாடப் பிள்ளைகள் வரும்

துறட்டுக் கோலுக்கு எட்டாக் கிளைகளில்
இறகுப் பந்துகளை
மறைத்துக் கொண்டு சிரிக்கையில்
கோடை விடுமுறையில்
ஆடித் திரியும்
அவளும் ஒரு சிறு பிள்ளை.

எம் செல்லப் பொன்னரளிப் பிள்ளை.

(5.5.2025, 4.45 am)

தேவகணம் 1

வாழ்வில் நீங்கள் திரும்பிப் போக விரும்பும் கணம் எது?
யாரோ யாரிடமோ கேட்டார்கள்

அந்தக் கேள்வி என்னுடனே வந்துவிட்டது
ஐந்து வயது என்னை
அம்மா ஒரு ஆட்டின் மேல் ஏற்றிவிடுகிறாள்
ஆட்டுக்கும் எனக்கும் ஒரே போல் மிரட்சி
தாங்க இயலாக் குதூகலம்
மாலை வெயில் கண் கூசுகிறது
அம்மா முகத்தில் அபூர்வ காந்தி

அந்தக் காட்சியின் முன் நிற்கிறேன்
அந்தக் கணத்தை அணைத்துக் கொள்கிறேன்

அந்த அம்மா காணாமல் போய்விட்டாள்
அந்த ஆடும் காணாமல் போய்விட்டது
ஐந்து வயது நானும்தான்.

அந்தத் தெருவில் யாருமே இல்லை இப்போது
நீள நீளப் போகும் தெரு
முடிவேயில்லை
அம்மாலைக் கதிரின் கிரணங்கள் ஏதோவொன்றில் நிற்பது
அந்தக் கருத்த வெள்ளாடு
அந்த என் அம்மா
அந்தக் குதூகல நான்

நெஞ்சுடைய நிகழுக்கு மீட்கும் துக்கம்

வீடு திரும்பிக்கொண்டிருக்கிறேன்
ஒரு கருத்த ஆடு போகிறது
ஒரு அம்மாவும் பிள்ளையும் போகிறார்கள்
ஒரு நானும் போகிறேன்
இந்தத் தெருவிலும் வேறு யாருமே இல்லை

இந்த மாலைப் பொன்னொளியில்
இதோ எக்கணமும் அது நிகழப் போகிறது
மூச்சடைக்கிறது எனக்கு
அந்த தேவ கணத்தை
மீள ஒருமுறை காண
சாயும் நிழல்களினூடே
ஒரு கள்ளனைப் போலப் பதுங்கிப் போகிறேன் நான்.

(24.6.2025, 11.19 am)

தேவகணம் 2

வாழ்வில் நீங்கள் திரும்பிப் போக விரும்பும் கணம் எது?
யாரோ யாரிடமோ கேட்டார்கள்

அந்தக் கேள்வி என்னுடனே வந்துவிட்டது
கண்களை மூடுகிறேன்

ஐந்து வயது என்னை
அம்மா ஒரு ஆட்டின் மேல் ஏற்றிவிடுகிறாள்
ஆட்டுக்கும் எனக்கும் ஒரே போல் மிரட்சி
தாங்க இயலாக் குதூகலம்
மாலை வெயில் கண் கூசுகிறது
அம்மா முகத்தில் அபூர்வ காந்தி

எங்கிருந்து வந்திருக்கும்
அன்றிரவு அந்தக் காய்ச்சல்...
நெல் போட்டால் பொரிந்துவிடும்
காலை வரை கெடு வைத்துப் போகிறார் மருத்துவர்

படுக்கையைச் சுற்றிலும் கவலை முகங்கள்
அத்தனை பரிவு
அத்தனை பிரியம்
அத்தனை கண்ணீர்

அநேகமாக நான் இறந்துகொண்டிருந்தேன்

அந்தக் காட்சியின் முன் நிற்கிறேன்
அந்தக் கணத்தை அணைத்துக் கொள்கிறேன்

அன்பில் திளைத்துக்கொண்டு உயிர்விடும் கணங்கள்
அதுபோல் அடிக்கடி வாய்ப்பதில்லை ஒருவருக்கு

அந்தக் கணத்துக்குத் திரும்பிச் சென்று
இப்போது ஏன் நிற்கிறேன்...
இரக்கமற்றுத் தொடர்ந்த
இவ்வாழ்வின் முன்
இன்னொரு முறையும்
ஏன் நான் நிற்கிறேன்?

(11.7.2025, 8.18 pm)

இஸ்திரி துணிகளை வாங்கப் போயிருந்தேன்
அவர்கள் வீட்டுத் திண்ணையோரம்
மரமளவு ஒரு பன்னீர்ரோஜாப் புதர்
முதல்முறை போல
மலைத்துப் பார்க்கிறேன் இன்றும்.

அவர் வீட்டு அம்மா
இன்றுதான் அதைப் பார்க்கிறாள்
இறங்கி வந்து
எனக்கென ஒரு பூவைப் பறிக்கிறாள்
கை நீட்டுகிறேன்
எனைத் திருப்பி
கூந்தலில் சூட்டுகிறாள்

யாரும் என் தலை பின்னி பூச்சூட்டி
யுகாந்திரங்கள் ஆகின்றன
எங்கிருந்தோ காற்றுப் போக்கில் போல
கண்ணீர்த் துளி ஒன்று சிதறுகிறது

எனைத் திருப்பி
கூந்தல் இழைகளை மெல்ல நீவுகிறாள்
நாற்பது ஆண்டுச் சுருள்களின் சரசரப்பு
மகிழ்ச்சியோ நிறைவோ
என் முகத்தில் கதகதக்கிறது

பன்னீர் ரோஜா மணக்கும் வீதி
முன்னே முன்னே நீள்கிறது
சிறு பிள்ளை போல
விளையாட்டுப் பாடலொன்றைப் பாடிக்கொண்டே
துள்ளி நடக்கத் தொடங்குகிறேன்

பூப்பறிக்க வருகிறோம்
பூப்பறிக்க வருகிறோம்

என்ன பூவைப் பறிக்கிறீர்கள்
என்ன பூவைப் பறிக்கிறீர்கள்?

காலப் பூவைப் பறிக்கிறோம்
காலப் பூவைப் பறிக்கிறோம்!

(28.6.2025, 4.35 am)

முதலில்
விழுதலுக்கும் பறத்தலுக்கும் இடையே
இரு சிறகுகள் என இருந்தேன்

பின்னர்
விழுதலுக்கும் பறத்தலுக்கும் இடையே
வெறும் காற்று என இருந்தேன்

பையப் பைய
மாயும் காலத்தின் பாடலொன்று
மனசின் செவிகள் அறியலாயிற்று.

வீழ்தலும் பறத்தலுமெல்லாம்
ஒரு விளையாட்டு
ஒரு விளையாட்டு
ஒரு விளையாட்டு

சிறகுகளன்றி காற்றுமன்றி
பிரபஞ்ச வரம்புகளில்
உயர்ந்தும் தாழ்ந்தும் ஒத்திசையும்
ஆயிரமாயிரம் அப்பாடல்கள்
நடுவில் மிதக்குமொரு ஸ்வரம் நானா
நெஞ்சில் ஒரு தந்தி அதிர்கிறது

காலத்துக்கெட்டாப் பண்ணில் ஒளிர்பாடல்களே
கமகங்களின் பல்லாயிரம் திசைகளில்
உங்களை இசைப்பது யார்
என்னை இசைப்பது யார்
நம்மை இசைப்பது யார்.

(6.7.2025, 8.19 pm)
(10.7.2025, 4.25 am)

சலித்தாலும் வெறுத்தாலும்
உலகுக்கும் எனக்கும் இடையில்
எப்போதும்
இரண்டு சதுரங்கள்
இரண்டு வட்டங்கள்
அல்லது
இரண்டு நீள்வட்டங்கள்
பால்யத்திலிருந்தே

உறங்கும் நேரம் தவிர்த்து
உலகை இப்படியே பார்த்துப் பழகிவிட்டது

நரை திரளும் பருவம் இது
காலாறச் செல்லும்
ஒரு முற்பகல் சிறுநடையில்
இன்றுனக்கு உலகம் புதிது
மென்சாரல் கிசுகிசுத்தது
நனைந்து மங்கும் இரு சதுரங்களைக் கழற்றுகிறேன்

சட்டென உயரம் கூடியது போலொரு மயக்கம்
வெட்டுப்படாத நீலம்
வானம் என்ன இத்தனைப் பெரிதா!

வெகுகாலத்துக்குப் பிறகு
உலகுக்கும் எனக்கும் இடையில்
ஒன்றுமேயில்லாத முதற்கணம்.

இமைகளில் காற்று தீண்டும் சுகம்
கண்களில் புது ஒளி
எதிரிலெதுவுமே மங்கலான ஒரு புத்தொளி

இரண்டு சட்டகங்களுக்குள் இல்லாத
ஒரு மங்கலான உலகம்தான்
எவ்வளவு அழகு
எவ்வளவு முழுமை!

(28.7.2025, 8.50 pm)

பைக்கில் அமர்ந்திருப்பவரிடம்
வயதான பெண்ணொருவர் கேட்கிறார்:
இங்கொரு பெண்
பன்னிரண்டு சுற்று நடப்பவள்
அவள் யார்?

தற்செயலாகக் கடந்து போகும் என் முகத்தில்
சிறு புன்னகை
என் பெயர் இப்போது
பன்னிரண்டு சுற்று நடப்பவளா?

அது நான்தான் என்று சொல்லத் திரும்பினேன்
கனவு கலைகிறது

இப்போது நான் நானா...
எங்கேயோ பன்னிரண்டு சுற்றுகள் நடக்கும் ஒரு பெண் நானா?

(31.7.2025, 6.09 pm)

சர்ரியல் புத்துலகு – 1

போகிற போக்கில்
தடை செய்யப்பட்ட பகுதியில்
பூக்களைக் கொய்கின்றனர்
இலைகளைக் கிள்ளுகின்றனர்

எளிதாக ஏனோ
தட்டாம்பூச்சிகளை இறக்கை பிய்க்கின்றனர்
ஓணான்களைக் கல்லெறிகின்றனர்

காணச் சகியாதது போல்
நம் கண்கள் மூடிக்கொள்கின்றன

அந்தச் செயல்கள் எளிதாகும் நேரம்
நமக்குச் சொல்ல எதுவுமிருப்பதில்லை

அப்படித்தான்
பூக்கொய்வது போல் எளிதாக
ஒரு உயிர் கழுத்தறுக்கப்படுகிறது
கண்களை இன்னும் இறுக்கமாக மூடிக்கொள்கிறோம்.

ஏதேதோ சொல்லத் தத்தளிப்பது போல் நடிக்கிறோம்
அழுந்தப் பூட்டிக்கொண்ட இதழ்களின் பின்னே
எந்தச் சொற்களும் இல்லை உண்மையில்.

அதைவிட
கண்டும் காணாமல் மூடியிருக்கும்
நம் இமைகள் மிக அச்சமூட்டுகின்றன.

ஓநாய்க் கண்ணீரில் பளபளக்கும் அவற்றில்
ஆயுதங்களின் கூர்மை கூடிய ஒரு அமைதி.

(5.8.2025, 11 pm)

சர்ரியல் புத்துலகு – 2

வீடெங்கும் எனையறியாமல்
காலுறைகளை விதைத்துக் கொண்டே
நடைப்பயிற்சிக்கு ஆயத்தமாகிறேன்

பட்டாலைச் சுவரில்
ஒரு நிழல் கர்லா சுற்றிக் கொண்டிருக்கிறது

இப்போதுதான் மீண்டு வரும்
கொஞ்சகாலமாக
உறைந்திருக்கும் என் தோள்பட்டை
கண்களை மூடிக்கொள்கிறது

நேற்று சாப்பிட மறந்த
கால்சியம் மாத்திரையாகின்றன
ஷூக்கள்

சர்ரியலான ஒரு காலை இது
மாநிலச் செய்திகளுக்கு வானொலியைத் திருகுகிறேன்

கைகளின் இயக்கத்தைச் சரி பார்த்துக்கொள்கிறேன்
வலியோ வந்து வந்து போகும்
வலிவு கூட்டும் பயிற்சிகள் ஏராளம்
தலைப்புச் செய்தி ஒலிபரப்பாகிறது

உறைந்த கைகளின் வலுவை மீண்டும் சோதிக்கிறேன்
எத்தனை வெட்டுகளை
இவை தாங்க இயலும் என்று
கணக்கு தாக்கல் செய்யச் சொல்கிறது
தலைப்புச் செய்தி.

உலகுக்கும் வானொலிப் பெட்டிக்கும் இடையே
தாழ்சுரத்தில் வெட்டி அதிர்கிறதே...
அதுதான் என்
சர்ரியல் வாழ்வா
அல்லது
சர்ரியல் வாழ்வா?

(11.08.2025, 10.10 pm)

எண்ணெய் போடப்படாத
இரவை ஓட்டிக்கொண்டு
எங்கு செல்லப் பார்க்கின்றன
இந்தச் சிள்வண்டுகள்

மின்னலும் மாயமும் போல்
பூமியைச் சுற்றிச் சுற்றி ஓடும்
ஒரு புதிர்ப்பாதை

சிலவேளை குறுக்கே வரும் சூரியன்
சிள்வண்டுகளின் மணியோசைக்குப் பதறி விலகுகிறது

அற்றைப் பொழுதுகள்
தாமதமாகப் புலர்கின்றன

யாமத்துக்கும் விடியலுக்கும் மத்தியில்
சிள்வண்டுகளின் நிழல்
சொற்ப நேரம்
மெல்லிருளின் தகத்தகாயம்

அச்சில கணங்கள்
ஒரு தாய் வயிற்றுக் குட்டிகள் போல்
நாம் சுகமாக உறங்குகிறோம்

இன்னும் கண்திறவாக் குட்டிகளாய்

வாலைக் குழைத்துக் கொண்டு

எதனுடையவோ உதரக் கதகதப்பில்

களங்கமற்று உறங்குகிறோம்
அச்சில கணங்கள்.

(19.08.2025, காலை 4.07)

எனக்கு
எல்லாமே கசக்கிறது
எனக்கு
எல்லாமே இனிக்கிறது

காய்ச்சலில் விழுந்தவோர் குழந்தை நான்
ஒரு கணம் பூமியில் தங்கி
இளைப்பாற வந்தேன்

இந்த
ஒரு கணத்தின் கசப்பும்
ஒரு கணத்தின் இனிப்பும்
என்னால் தாளமுடியவில்லை

பால்பிடித்து வரும்
ஒரு நெல்மணியளவுள்ளது இக்கணம்
பற்களின் இடையில் அதை நைக்கும்போது
அந்த ஒரு துளிபோல் ருசிக்கிறது
இந்த ஒரு கணம்.

(23.8.2025, 5.55 am)

பால் கிட்ஸ்

அஃதொரு வினோத நடனம்
தேர்ந்த இருவர்க்கிடையில்
நிகழும் ஒரு
டென்னிஸ் ஆட்டம்

இரு பாலே கலைஞர்கள்
அற்புதங்களை நிகழ்த்தும் அரங்கு

பந்துகளைக் கையாளும்
ஆறு பிள்ளைகளும்
ஒத்திகை பார்க்கும் மாணவர்கள்

மெல்லிய வெளிச்சத்தில்
அரங்கினுள் தயங்கி நிற்கின்றனர்
தொலைதூரக் கைத்தட்டல் இசை

ஒவ்வொரு விளக்காக
அரங்கு ஒளியேறுகிறது
எழுந்தருளியிருக்கும் தம் இலட்சியங்களின் நர்த்தனம்
அவர்தம் நிழல்களோடு
இசைந்து லயிக்கின்றனர்
மனக்கால்களில் துரித கதி

காற்றில் சிறகு விரிக்கும்
கத்திரிக் கால்கள்
நீர்ப் பறவைகள்
தலைகீழாகப் பாய்கின்றன
கவிழ்ந்த தாமரைத் தண்டுகள்
உயர்ந்து சுழல்கின்றன

திடீரென
புள்ளியைத் தவறவிடும் ஆட்டக்காரர்
கடுஞ்சொல் கத்தி வீசிவிட்டார்
தண்டு முறியும் மலர்
சட்டென்று துவண்டு
தரையில் வந்து விழுகிறது

சுழன்று விரியும் கனவு
சற்றுநேரம் மடித்து வைக்கப்படுகிறது.
ஆதர்ச பிம்பம் மங்குகிறது
ஒத்திகை அரங்க விளக்குகள்
ஒவ்வொன்றாக அணைகின்றன.

(27.8.2025, 7.14 am)

இடப்புறம் ஒரு அரையங்குலம் நகர்த்துகிறேன்
பின்புறமாக ஒரு காலங்குலம்

இப்போதுதான் சரியாக
கல்லின் மையத்தில்
இதழ் விரிகிறது தீ

120 பாகை திருப்புகிறேன்
நெருப்பின் விசை
வெப்பம் சீராகிறது

கல் பதமாக வேண்டும்
மேலும் ஒரு விரற்கடை வலப்புறம் நகர்த்துகிறேன்

தோசைகளைச் சிருஷ்டிப்பவள் நான்

பூமி இருபத்து மூன்றரை பாகை சாய்ந்துள்ளதுதான்
எனக்குத் தெரியும்

நான் கடவுள் இல்லை
தோசைகளை மட்டுமே சிருஷ்டிப்பவள்
அதுவும் சாயாத கல்லில்

ஆனாலென்ன...
இந்தப் பிரபஞ்சத்திலேயே சிறந்த
தோசை சிருஷ்டிப்பவள் நான்

இதோ அடுக்களை ஜன்னலில் கை நீட்டும்
இளஞ்சூட்டில் பொன்பரவும்
காலைச் சூரியன் ஒன்றே
என் தோசைகளுக்கு நிகரானது.

கல்லில் நீர் தெளிக்கிறேன்
சுரீர்.

(29.8.2025, 8.40 am)

கதவுகள் ஜன்னல்கள் எல்லாம் பூட்டிக்கொண்டேன்
எல்லா நம்பிக்கைகளும்
புரண்டு புரண்டு விழும் சிற்றலைகள்
இதுவே இக்கணத்தின் சித்தாந்தம்

பிரபஞ்சத்தின் எல்லா எல்லைகள் வரையும் நீளும்
ஏதோவோர் கோபம்

சுவர்ப்பக்கம் திருப்பிய நாற்காலியில் அமர்ந்துகொள்கிறேன்
உம்மென்ற முகத்தில் உப்பிய கன்னங்களை
உள்ளங்கைகளில் தாங்கிக்கொள்கிறேன்

எதனிடம் என்றறியாமல்
பொதுவாகக் கோபித்துக்கொள்கிறேன்
ஏதோவோர் திக்கில்
போ எனக்கொன்றும் வேண்டாம் போ.

சாளர இடுக்குவழி
மெல்ல ஊர்ந்து வந்து
மடி மீது ஏறுகிறது
வெயில்

(14.09.2025, 9.57 pm)

ஊசல்

நெடுநேரம் தொடரும் சதுரங்க ஆட்டத்தில்
தனியாக முன்னேறிக்கொண்டிருக்கும்
சிப்பாயைப் பார்த்துக்கொண்டிருக்கிறேன்.
அலுப்பாக இருந்தாலும்
அங்கே ஏதோ நிகழ்வது போதும் போலிருக்கிறது.

ஆங்கிலத்தில்
Defenestration என்றொரு வார்த்தை
ஏன் இருக்கிறது..?

அடுக்களையில் நீரருந்தச் செல்கையில்
ஒரு சுண்டெலி காலடியில் பட்டுக் கிறீச்சிடுகிறது.
பாதம் அதன்மீது மீண்டும் பட்டுவிடாமல்
துள்ளித் துள்ளிக் குதித்து நகர்ந்து படபடக்கிறேன்.
எவ்வளவோ காலத்துக்குப் பின்
ஒரு சிறு சுவாரஸ்யம் வாழ்வில்.
முற்ற முழுக்க
நான் நானாக மட்டும்
வாழ்ந்த ஒரு சில கணங்களுள் ஒன்று.

இறந்தது கூடத் தெரியாமல்
எடுத்த செயல் முடிக்கத் தவிக்கும்
'மால்கம் க்ரோ' ப்ரூஸ் வில்லிஸ்
ஒரு அதிசயம்தான்.

சதுரங்க ஆட்டத்துக்குத் திரும்புகையில்
சிப்பாய் எட்டாவது கட்டத்தை நெருங்கிவிட்டது.

Defenestration என்பது காலம் உருவாக்கிய வார்த்தையென்று
சுண்டெலி சொல்லிச் செல்கிறது.

சிப்பாய் தனியாகப் போனாலும்
தனியாக என்று சொல்லிவிட முடியாது;
உடன்வராமலும் பிற காய்கள்
ஓரணியில் நிற்கின்றன

Defenestrationக்கு எதிர்ப்பதம் என்ன?
எட்டாம் கட்டத்தின் ஜன்னல் வழியே
இப்போது ராணி உள்ளே குதிக்கப் போகிறாள்.

காலுக்கடியில் கிறீச்சிடும் சுண்டெலிகள்,
எட்டாம் கட்ட ஜன்னலுக்கு வெளியே
சிப்பாயின் புதிய பரிணாமங்கள்
எதனுடையவோ இரண்டு எல்லைகள்
எதனுடையவோ இரண்டு பக்கங்கள்.

தூது

பிறக்கும்போது நம்மோடு கூடவே பிறந்திருக்கிறது
மிக மென்மையான
ஒரு நீலச் சிறகு
மைக்கறை படிந்த ஒரு தூது

ஒரு வாழைக் கன்று போல்
நம் பக்கத்தில் நிற்கிறது
நம் உணவைக் கொஞ்சம் கொஞ்சம் உறிஞ்சிக்கொள்கிறது

நம் படுக்கையில் ஏறிக் கிடக்கிறது
நம் போர்வையின்கீழ் துயில்கிறது

ஒரு நீலக்குண்டு பிணைக்கப்பட்ட கால்கள் நமக்கு
இழுத்தும் பிடித்தும் உலவுகிறோம்

நாம் மறந்தே போன அந்நீலச் சிறகு
அரூபச் சரட்டுடன் ஏனோ
அது கூடவே வருகிறது

நம் தலைக்கு மேல்
ஒரு பறக்கும் நிழல்
நாம் காண மறுக்கும் அத்தூதுச் செய்தி

ரோஜாக் கன்று போல் வளர்கிறோம்
குட்டியாடு போல் திரிகிறோம்
காதலைத் தழுவுகிறோம்
குழந்தைகளை முத்தாடுகிறோம்
சிரித்துக் களிக்கிறோம்
சண்டை செய்கிறோம்
கண்ணீர் உகுக்கிறோம்
குருதி சிந்துகிறோம்
நரைமுடிகளை எண்ணுகிறோம்
பொதிகளை மாற்றி அடுக்குகிறோம்

பட்டும்படாமல் லகுவாக
எப்போதும் அங்கே மிதந்து கொண்டிருக்கிறது
கண்ணெதிரிலே நாம் காணாக் காட்சியில்
இரு கரைகளிடையே ஒரு படகு
நம் நீலச் சிறகு
ஒரு நீலச் சிறகு
ஒரு நீலச் சிறகு

புதுவெள்ளம் போகிறது வருகிறது போகிறது
கால்களின் கண்ணிகள்
பையப் பையத் தளர்கின்றன
அல்லது
ஒரே கணத்தில் பட்டென அறுகின்றன

அக்கணத்தில் காட்சி துலங்குகிறது
படகு தெரிகிறது
நீலத்தில் மறு சிறகு
மாயமாக விரிகிறது

இரு சிறகுகளிடைக் காலம்
ஒரேயொரு சிற்றலைப் பொழுது

நம் கையில் கொண்டு விளையாடிய
நெடியவோர் கனவு
இத்தனைச் சிறு கண நேரம்

நம் பறவாத கணங்கள்
ஒருவழியாகத் தீர்கின்றன
நனைந்த கால்களை உதறுகிறோம்
கரைமோதும் நீரின் மென்பாடல்
நம் மொழியாகிறது

நாம் பறவையென்பது
ஒரு தசைஞாபகமாகத் திரும்ப வருகிறது

மெதுமெதுவாகக் காற்றேகுகிறோம்
விண்ணலையும் மேகங்களூடே
வீட்டின் அழைப்பு
தொலைவில் நதியில் மிதக்கிறது
நீல இறகசைய ஒரு சுடர்

இரண்டாம் சிறகு முளைக்கும் இடைவெளியில்
இங்கு தங்கிச் செல்லும் சிறு பறவைகள் நாம்.
நமை ஏந்தும் கிளைக்கென விட்டுச் செல்ல
நம்மிடமுண்டு
ஒரு அமுத த்வனி
ஒரு எடையற்ற நிழல்
ஒரு மின்னும் நீல இறகு.

(10 9.2025, 5.33 am)

திக்கெலாம் புள்ளினங்களின் மதுரம்
பைங்கூழின் மென்மைகொண்டு
ஒளி பரவும் புலரி

அதனூடே அதோ
வண்டல் மடிப்புகள் தெளிந்தசைய
சலசலத்தோடும்
வானிலெங்கும் ஒரு நதி

அண்ணாந்த பார்வையில்
சிற்றலைகள் தாள்தழுவும் சில்லிப்பில்
படுகை மணல் பாதங்களில் குறுகுறுக்கும் அக்கணம்
அங்கே இறங்கி வருவது நம் தெய்வம்

(08.09.2025, காலை 5.10)

கார்த்திகா முகுந்த் (1982)

பிறந்த ஊர் திருநெல்வேலி. தற்போது கணவர் மற்றும் மகளுடன் பெங்களூருவில் வசிக்கிறார்.

தமிழில் இளமுனைவர் பட்டம். கல்கி வார இதழின் ஆசிரியர் குழுவில் இரண்டு வருடங்கள் பணியாற்றியுள்ளார். முன்னணி தமிழ் எழுத்தாளர்களுடைய புத்தகங்களைப் பிரதி மேம்படுத்தியுள்ளார்.

பெங்களூர் சித்ரகலா பரீக்ஷத்தில் ஓவிய அறிமுகச் சான்றிதழ் பயிற்சி பெற்றவர்.

கம்பளி ஆடை வடிவமைப்பு(Knitting), பூப்பின்னல்(Crochet), புகைப்படக் கலை, கல்வெட்டியல், சைகை மொழி ஆகியன இவருடைய பிற ஆர்வங்கள்.

வெளியாகியுள்ள பிற நூல்கள்:

- இவளுக்கு இவள் என்றும் பேர் (2010) – கவிதைத் தொகுப்பு
- குட்டி யானைக்கு பச்சைத் தொப்பி (2018) – சிறார் கதைகள் தொகுப்பு
- ஒரு வெப்பமண்டலத் தாவரமாகிய நான் (2021) – கவிதைத் தொகுப்பு
- துமி (2022) – கவிதைத் தொகுப்பு
- க்ளாட் மொனேயின் மரத்தடிப் பெண் (2024) – கவிதைத் தொகுப்பு
- என் தலைக்குள் ஒரு கடல் இருக்கிறது (2024) - கவிதைத் தொகுப்பு
- ஒரு க்ளாஸ்ட்ரோஃபோபிக் பெண்ணும் கார்லோஸ் என்று பெயரிடப்பட்ட நத்தையும் (2024) – சிறுகதைத் தொகுப்பு

மின்னஞ்சல் – karthika.mukil@gmail.com

www.ingramcontent.com/pod-product-compliance
Lightning Source LLC
LaVergne TN
LVHW060420051026
849518LV00007B/2633
* 9 7 8 9 3 4 7 2 0 6 9 3 1 *